A LITTLE MAASAI WARRIOR

BABALEKOKO

John Mfinanga aka Ocg

Illustrated By Sunday Mpanduji

Edited By Reginald Mnzava & Andrew Mwaura

Swahili - English

This piece of art work is based on reality, imagination and fictions. Some of the names and characters already exist but places, actions and incidents are based on the creativity of the author's imagination

All rights reserved. No part of this Book may be reproduced, transmitted or stored in an information retrieval system in any means, graphics electronic or mechanical including photocopying, taping and recording without prior written permission from the author

Visit us at www.alittlemaasaiwarrior.com

Copyright © 2016 John S. Mfinanga aka Ocg

All rights reserved

ISBN 978-952-68895-1-1 (PDF)

DEDICATION

To Edit and Mama Gonga

Thanks to Almighty God, my family, all artist who contributed their ideas and all true friends for your support in one way or the other.

God bless you all and In God we……

Babalekoko alikuwa ni mvulana/kijana mdogo wa Kimasai. Alikuwa ni mtoto wa mwisho kuzaliwa kwenye familia ya *Mzee Lomayani*.

Babalekoko alikuwa na dada zake watatu na kaka yake mmoja mkubwa. *Babalekoko* alikuwa ni mwenye akili nyingi sana, jasiri na kijana mdogo wa Kimasai mwenye furaha kila wakati, familia yote ilimpenda sana. Wote walidhai ni mtoto mtiifu, mnyenyekevu na mcheshi sana................

Babalekoko was a Maasai Boy. He was the last born in the Family of *Mzee Lomayani*. *Babalekoko* had three Sisters and one older Brother.

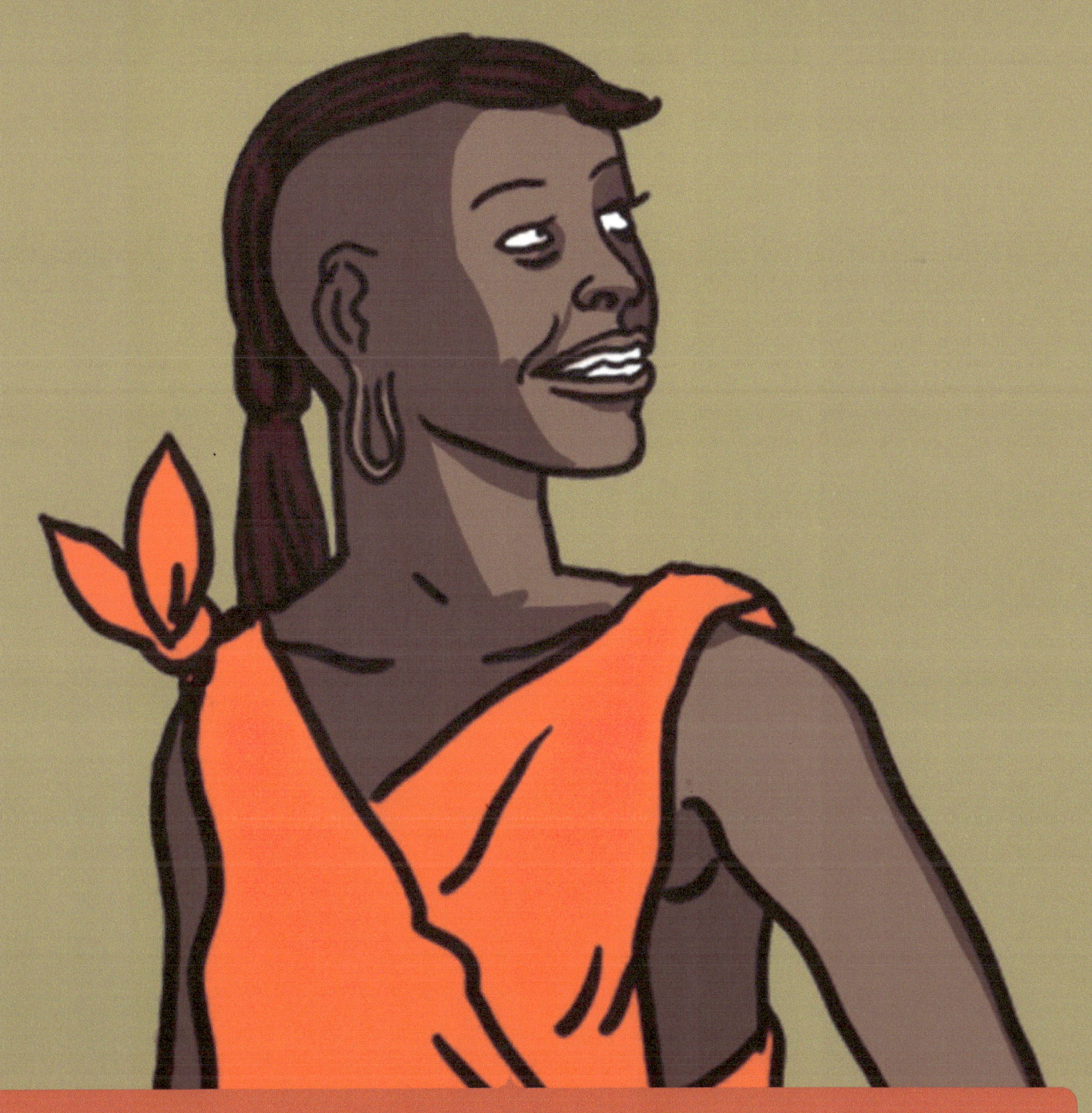

Babalekoko was a very smart, brave and happy young Maasai boy; the whole family loved him very much. They all thought he was pleasant and funny.

Mzee Lomayani alikuwa ni mzee shujaa wa Kimasai anaye heshimika sana pale kijijini.

Yeye na familia yake walikuwa wanaishi kwenye kijiji kidogo katikati ya msitu/mbuga/nyika pamoja na mifugo yao (*Ng'ombe, Kondoo na Mbuzi*).

....

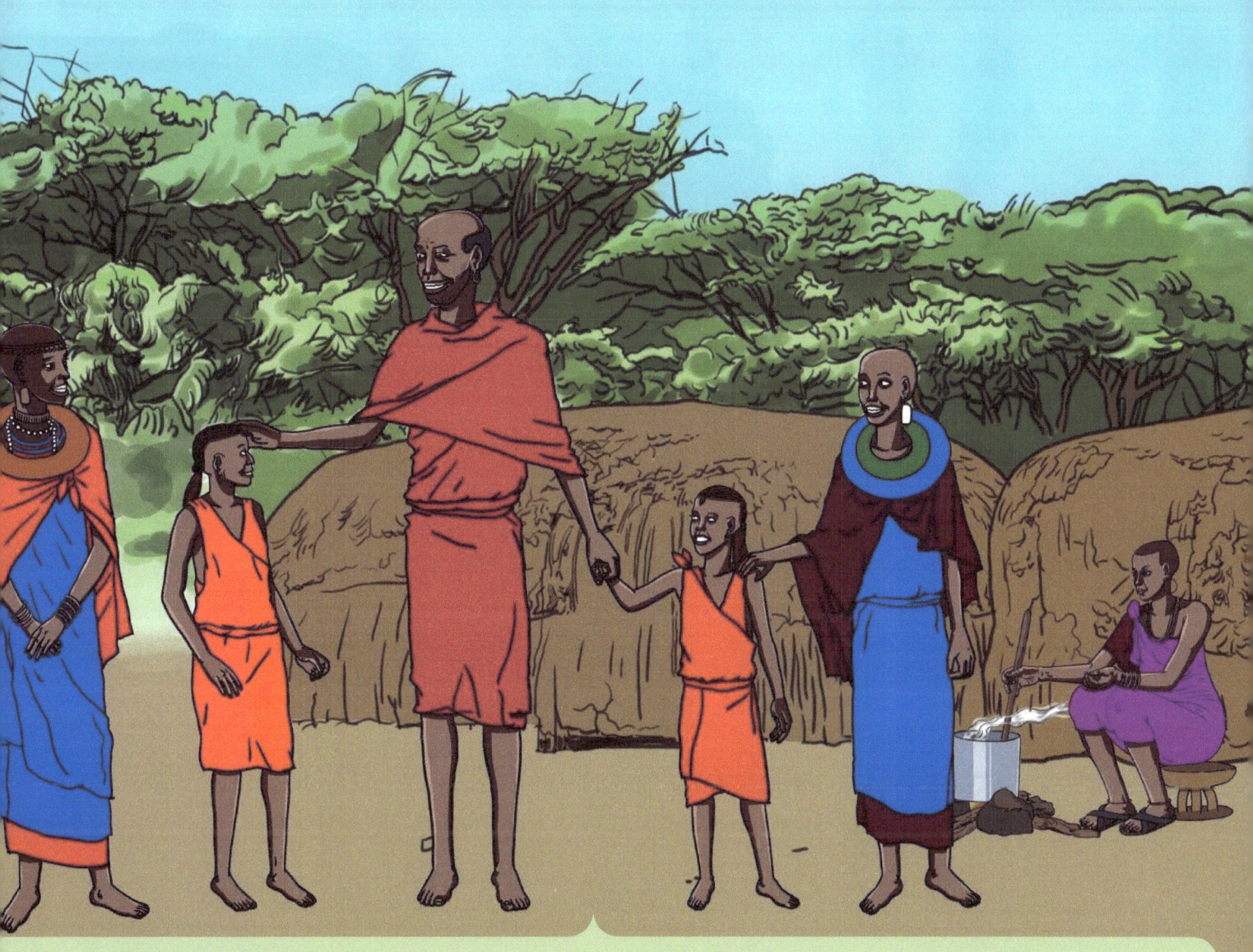

Mzee Lomayani was an old respected Maasai Warrior of the village. He and his family lived in a small village in the middle of the Jungle with their livestock

Wanyama wengine kama Tembo, Twiga, Pundamilia, Sungura Nyani/Ngedere, Kicheche na Simba wote walikuwa wanaishi kwenye msitu mmoja pamoja, Bali Simba pekee ndiye aliyekuwa mfalme wa huo msitu/mbuga.

....

Other animals lived alongside the family. These animals included Lions *(Simba)* Elephants *(Tembo/Ndovu)*, Giraffes *(Twiga)*, Zebra *(Pundamilia)*, Rabbits *(Sungura)*, Monkeys *(Nyani/Ngedere)* and Polecats *(Kicheche)*.

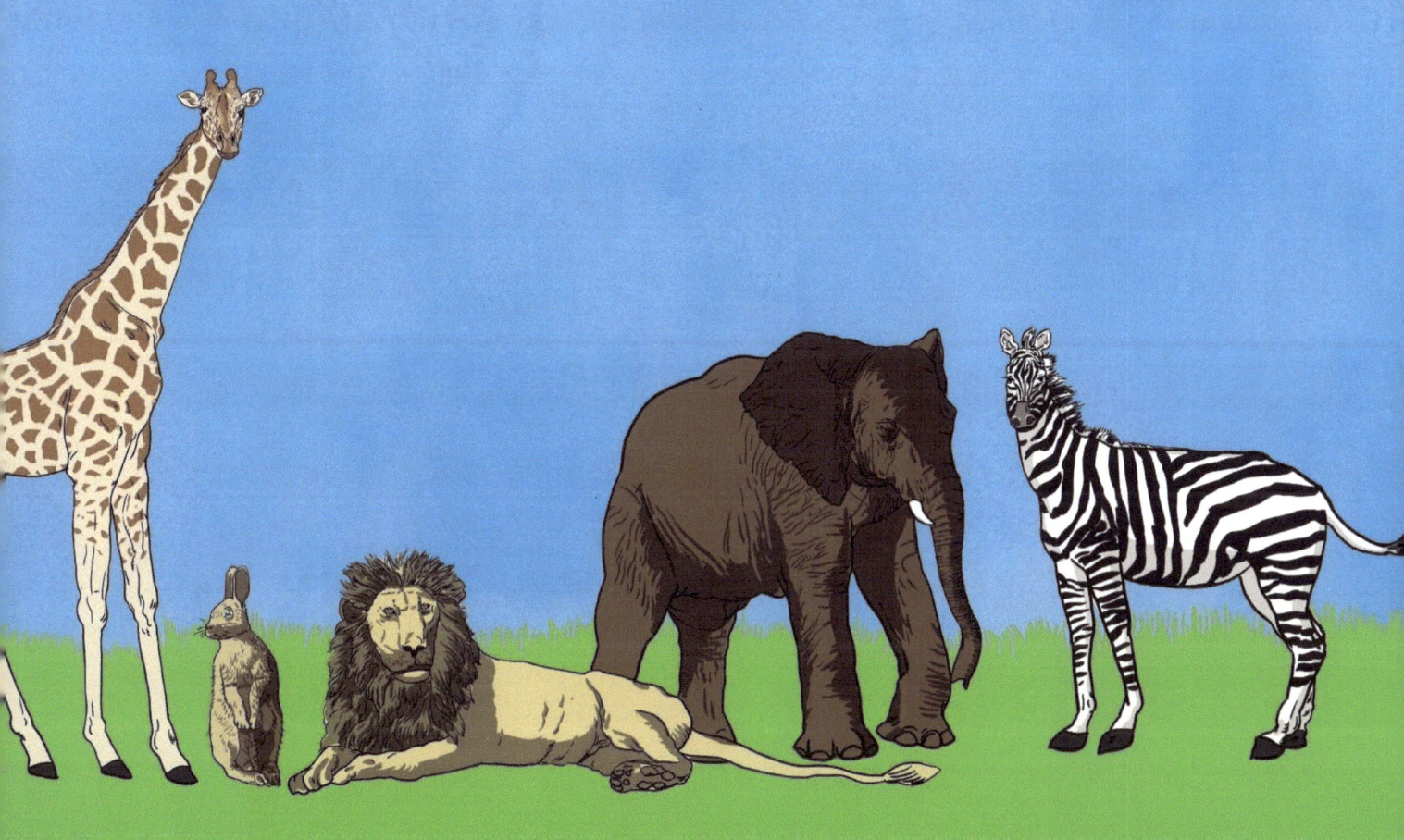

Out of all these animals the *Simba* (Lion) was the only true King of the Jungle.

Babalekoko alikuwa na marafiki zake wawili wa karibu sana, *Ngedere* na *Kicheche*.

Ngedere na *Kicheche* walipenda na kufurahia sana kurukaruka na kucheza kwenye miti.

....

Babalekoko had two best friends: *Ngedere* and *Kicheche*.

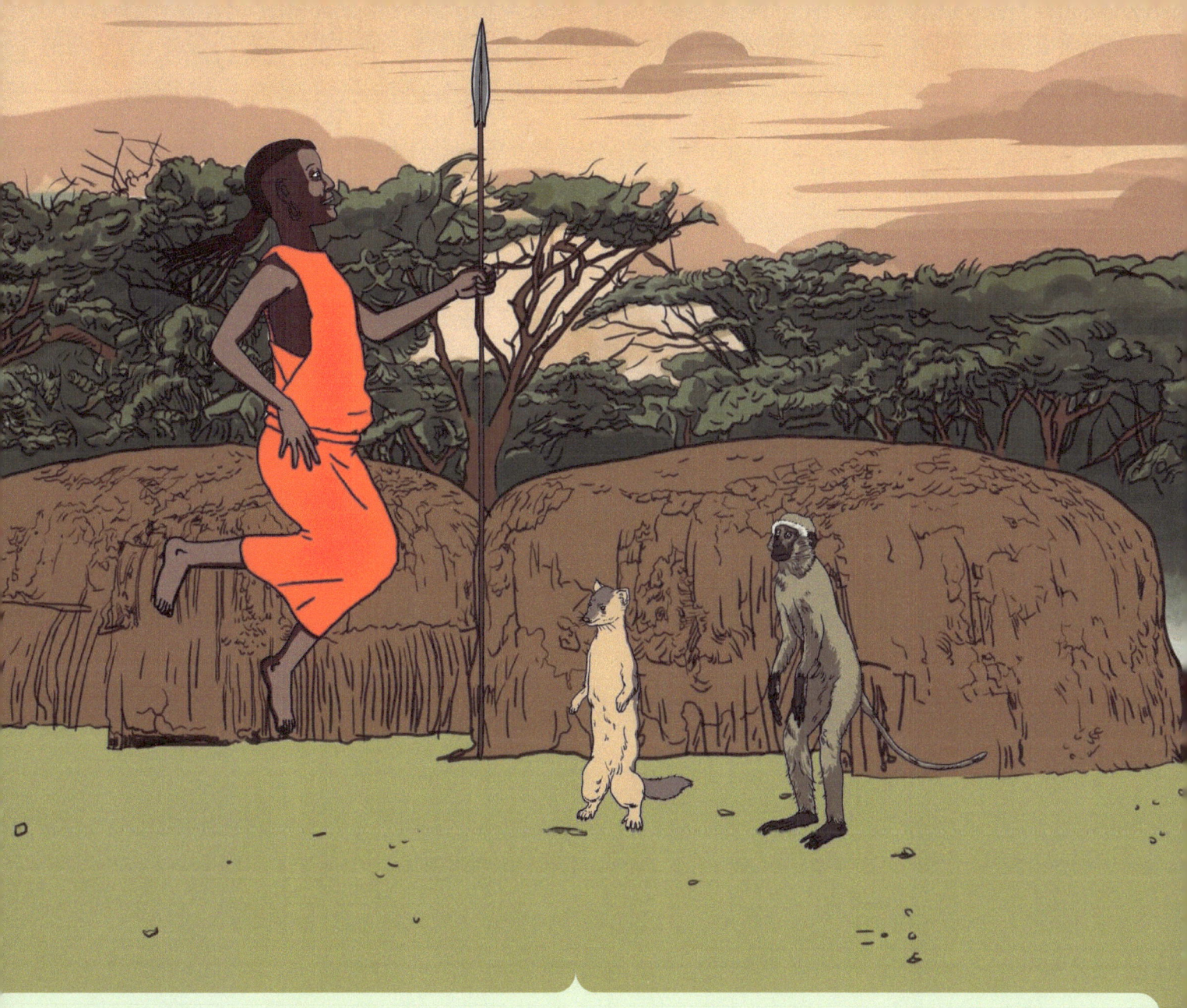

Ngedere and *Kicheche* enjoyed playing in the wilderness and loved jumping on trees.

Siku moja *Ngedere* na *Kicheche* wakamwambia *Babalekoko* "*twende zetu tukacheze sote kwa pamoja na nitakuonyesha jinsi gani ya kupanda na kucheza juu ya mti wa maembe*", "*Yiiii-huuuuu hii ni raha na maembe mbivu ni matamu sana*" *Babalekoko* alisikika akisema .*Babalekoko* pia aliipenda na kuijali mifugo yao sana.

. . . .

One day *Ngedere* and *Kicheche* said to *Babalekoko*: "Let us all go play and we will show you how to climb up and play on mango trees." "*Yiiiii-huuuuu that sounds like fun; and we can eat some fruit .....the ripe mangos are so sweet*," *Babalekoko* said. *Babalekoko* also used to take good care of his father's cattle and he loved them very much

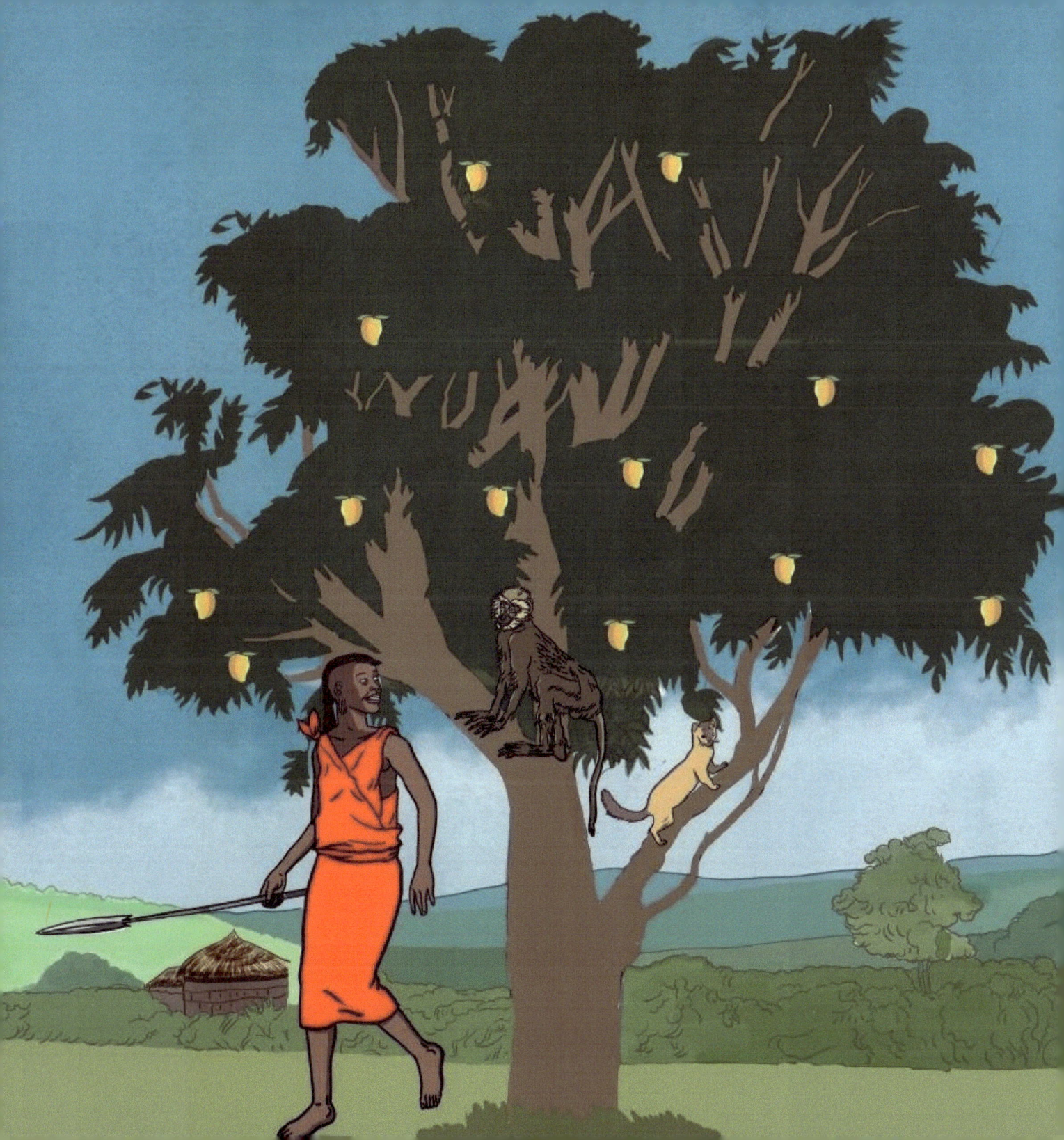

Usiku mmoja wa giza totoro, mfalme *Simba* alikuwa na njaa kali sana, *Simba* akamwambia mke wake, *"leo nina njaa kali sana, nitakwenda kwenye kaya ya Mzee Lomayani kuchukuwa Kondoo kazaa na hakuna atakaye nizuia kwa kuwa mimi ndiye mfalme wa huu msitu"*

· ·

One Dark night, King of the Jungle *Simba* was very hungry. *Simba* told his wife,

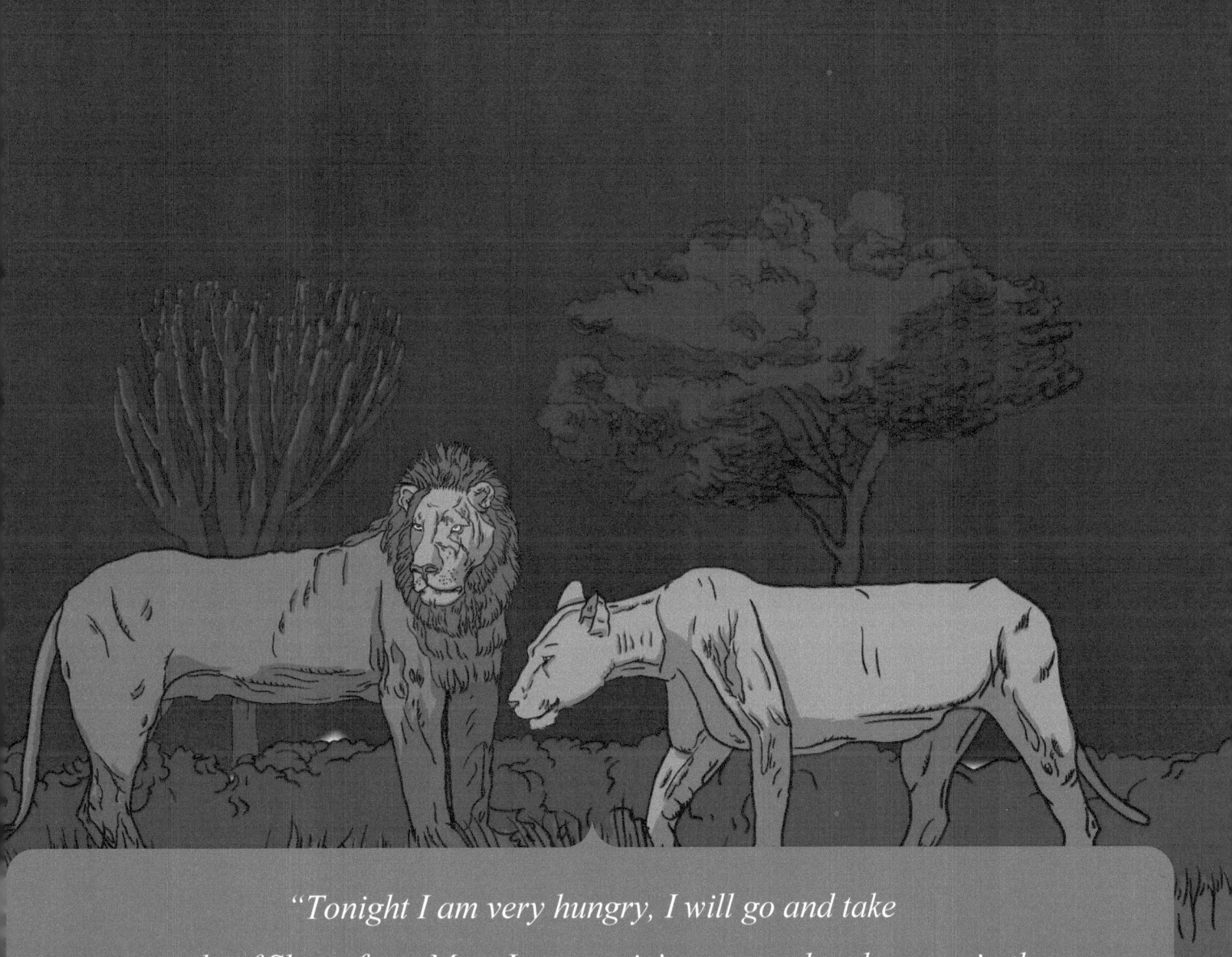

"Tonight I am very hungry, I will go and take couple of Sheep from Mzee Lomayanis' compound and no one in the village will stop me, because I am the King of this Jungle."

Kisha mfalme Simba akaondoka na kwenda nje ya uzio wa kaya ya *Mzee Lomayani.*
Ili kuwaogopesha pale kijijini, Simba akaaza kuunguruma kwa sauti kuu
"RRRROARRR
Wooo! RRRROARRR *Wooo!* RRRROARRR *Wooo!*"
Kila mtu alikuwa amejifungia ndani kimya huku wakiwa na hofu na uoga mkubwa. Kisha *Kicheche* akamnong'oneza *Ngedere* sikioni *"namuogopa Simba Kwelikweli"*

King *Simba* then left and went to the outskirts Mzee *Lomayani*'s compound. In order to scare everyone in the Village, he started to roar, louder and louder:

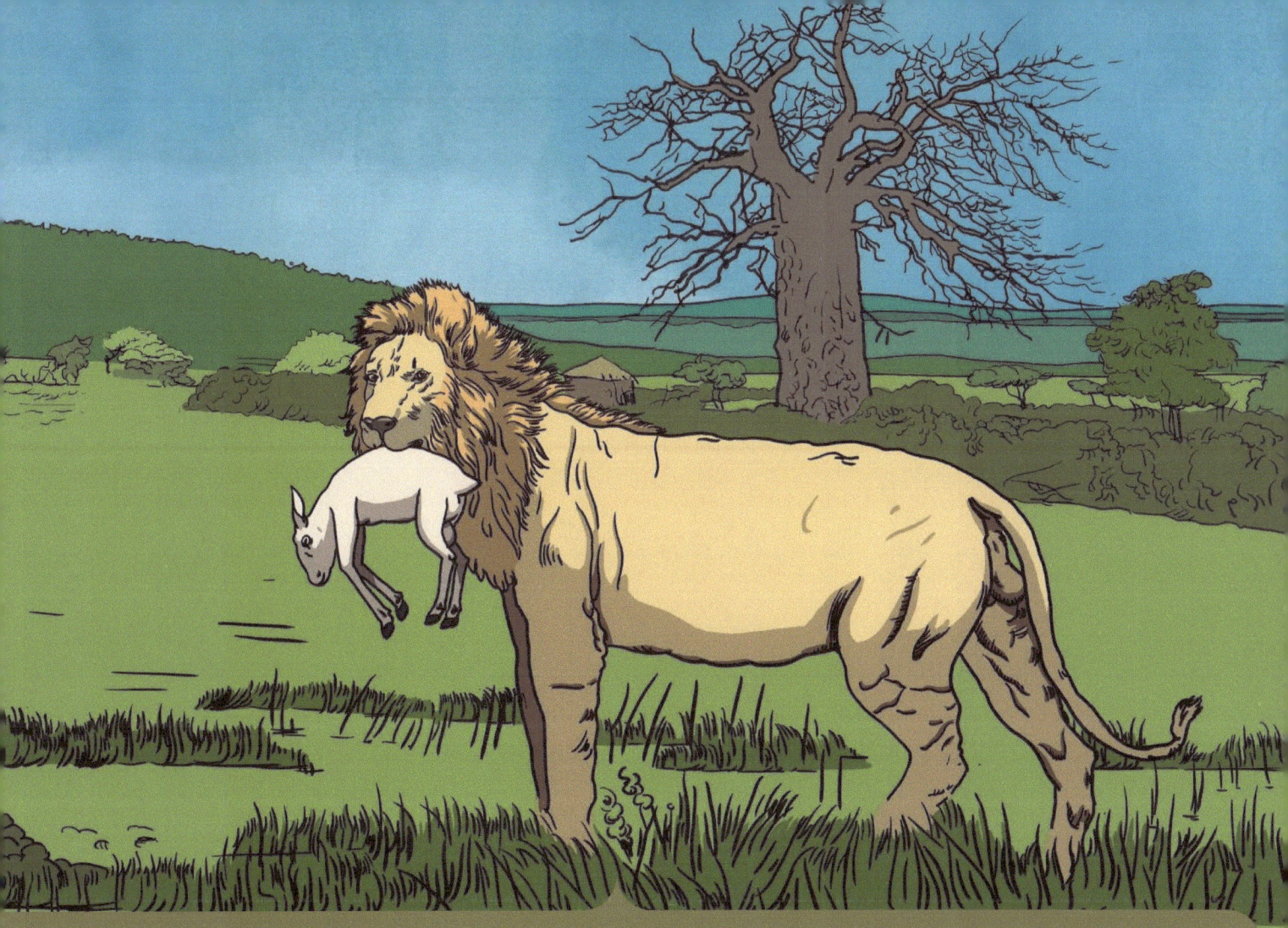

"RRRROARRR *Wooo!* RRRROARRR *Wooo!* RRRROARRR *Wooo!*"

Everyone stayed indoors quiet and filled with fear. Then *Kicheche* whispered to *Ngedere*, "*I am really scared of Simba.*"

Asubuhi l'alipo kucha *Mzee Lomayani* alikuwa wa kwanza kuamka. *"amka amka"* Alikuwa akipaza sauti akiwa nje ya dirisha kisha akapaza kwa sauti kumbwa. *"Babalekoko njoo nje uone kilicho tokea jana usiku"*, ona, *"Simba* katuibia *Kondoo. Mzee Lomayani* alisema maneno hayo kwa sauti ya chini na yamasikitiko makubwa.*Babalekoko* alipandwa na mori/ hasira/ gaghabu juu ya kitendo ambacho Simba kakifanya.

"Wizi ni mbaya",
Babalekoko alimung'unika kwa hasira.

The following morning, *Mzee Lomayani* was first to wake up. *"Wake up, wake up!"* He shouted from outside the window and then loudly said, *"Babalekoko, come outside and see what happened last night."*

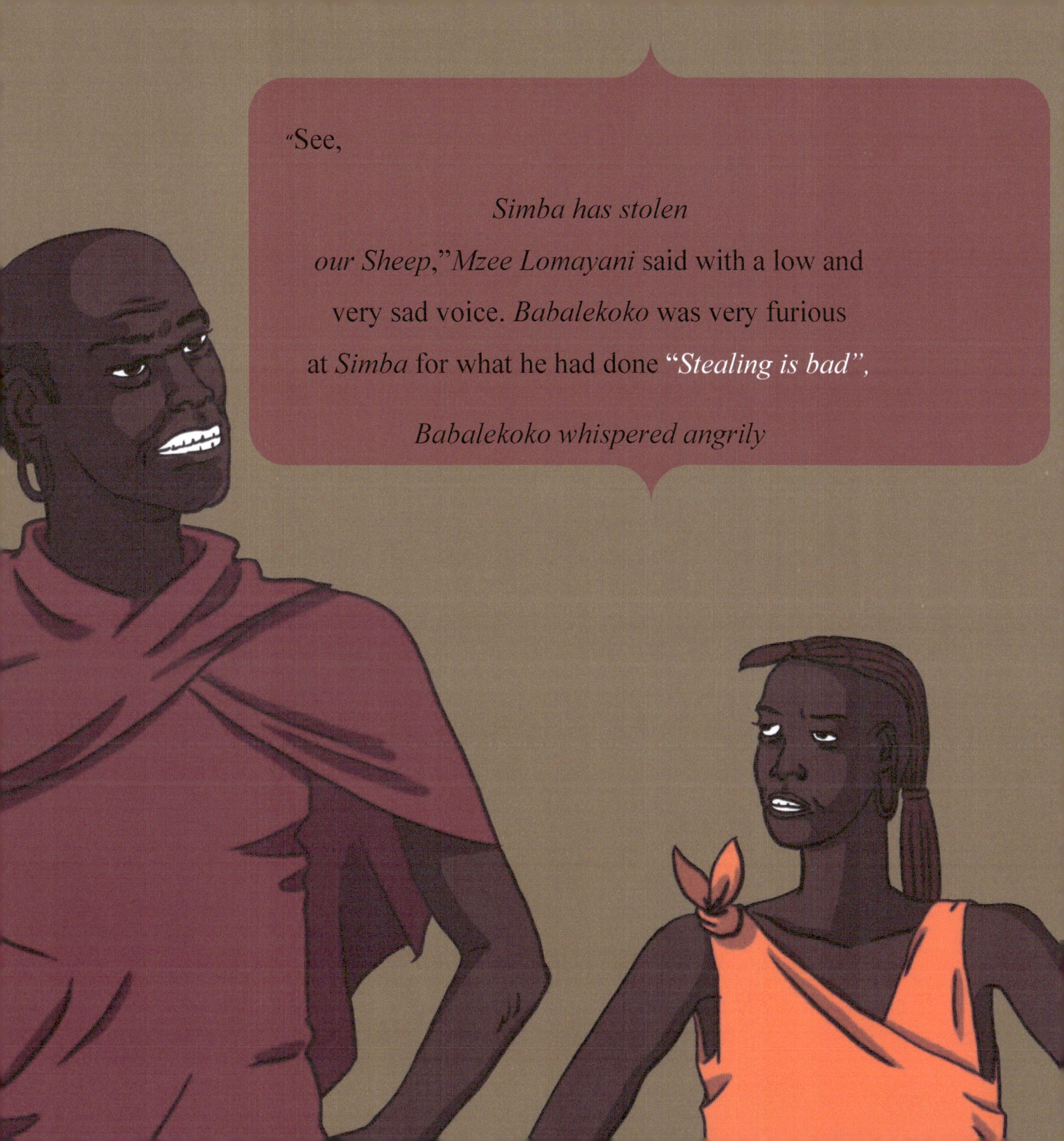

Babalekoko akamwambia *Mzee Lomayani* "*nitakwenda na kumfunza nidhamu (adabu) Simba*". Baba yake akacheka kwa sauti kubwa "*hahahaha*"

Kisha akamjibu "*mwanangu hakuna mtu kwenye hiki kijiji chetu anayeweza kumtia/kunfunza nidhamu (adabu) mfalme Simba, mfalme Simba ndiye mfalme wa huu msitu/mbuga, bali tu ukumbuke kuwa wewe ni kijana mdogo wa Kimasai kama siku moja itatokea ukamfunza adabu mfalme Simba basi wewe ndiye utakaye kuwa ni jasiri wa hiki kijiji chetu na shujaha mdogo wa huu msitu/mbuga/nyika.*

. . . .

Babalekoko said to *Mzee Lomayani*, "*I will go and discipline Simba.*" His father laughed loudly "*hahahaha*" and then replied, "*My son, there is no one in this village who is able to discipline King Simba. King Simba is the King of this jungle.*

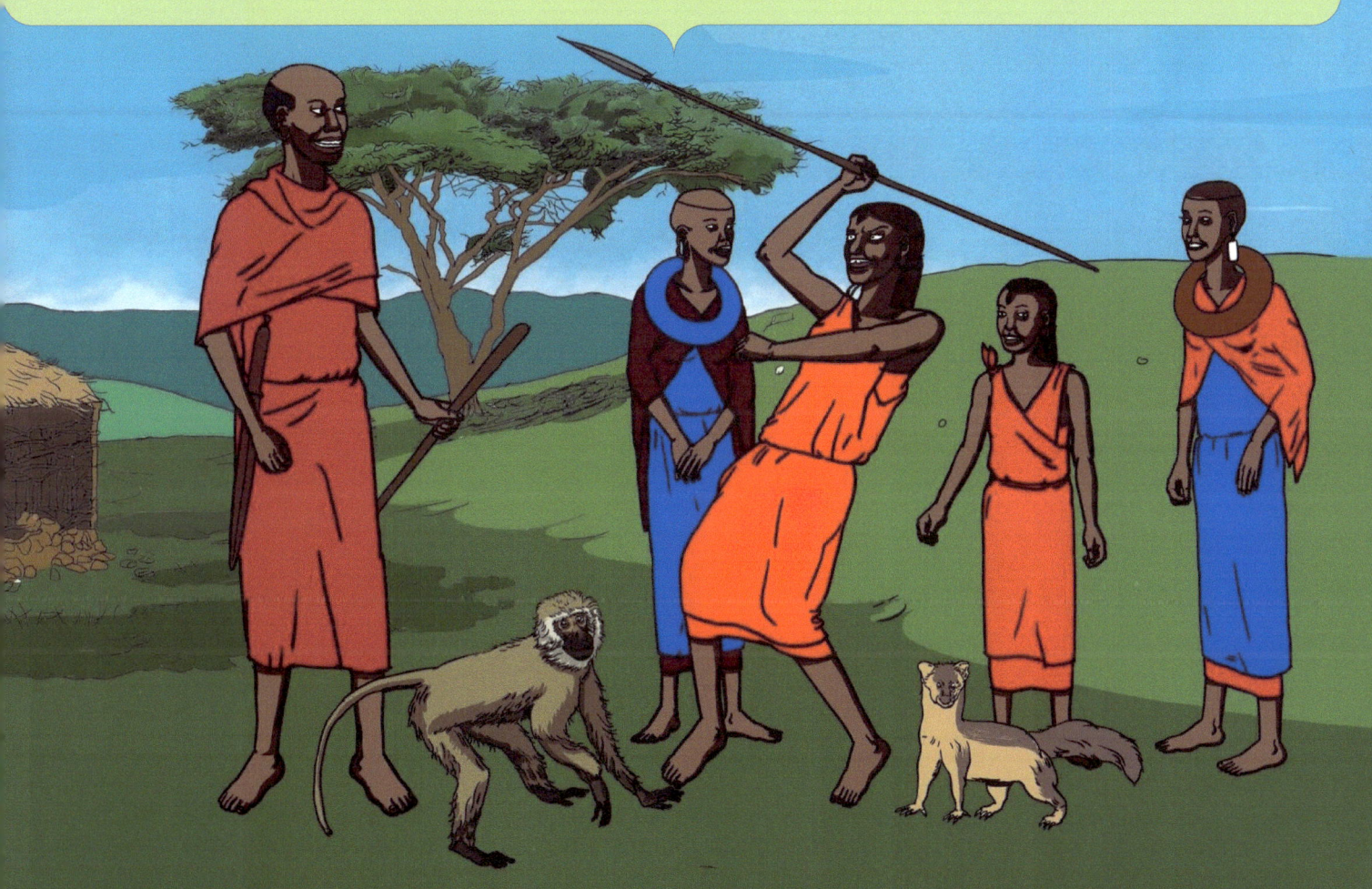

"Remember you are a little Maasai boy but if you were to discipline Simba one day, you would become the little Maasai warrior of our village and a hero of this Jungle".

Kisha *Ngedere* akadakia na kusema kwa *Babalekoko* "*rafiki yangu kama una moyo huo wa ujasiri wa kumtia adabu mfalme Simba basi nitakuwa na wewe kwa asilimia mia moja. Nitakuonyesha njia rahisi sana ya kumuadabidha Simba. Kwa kuwa mfalme Simba hajui kupanda juu ya miti, lakini sisi tunajuwa.*" *Babalekoko, Kicheche* na *Ngedere* wakakumbatiana ikiwa ni ishara ya umoja na kisha wote wakasema kwa sauti ya pamoja ***"Nipe Tano Mazee"***

....

...

Then *Ngedere* said to *Babalekoko*, "*My friend, if you have the courage to discipline Simba, I will support you one hundred per cent. I will also show you a simple and easy way to punish King Simba.*

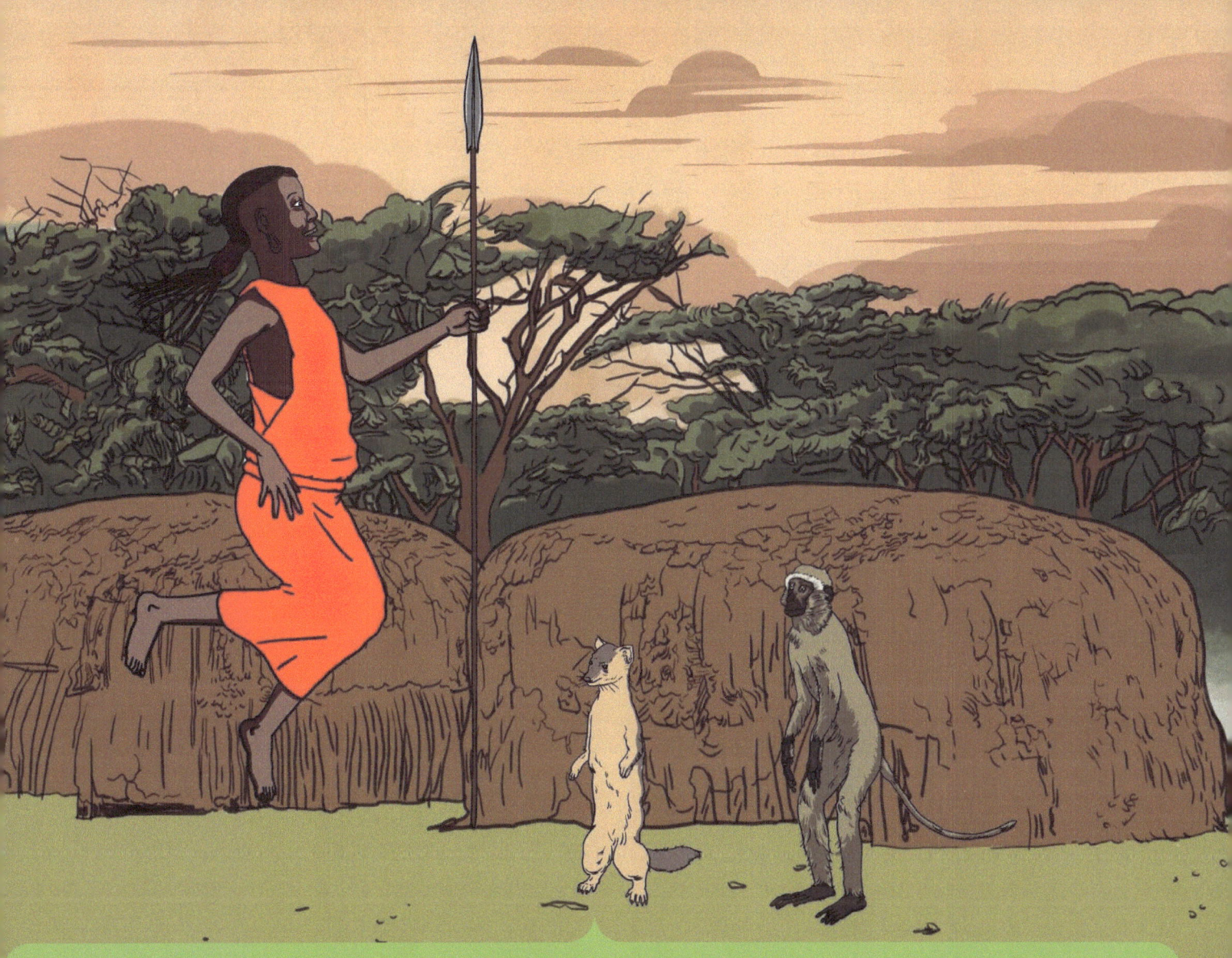

King Simba does not know how to climb up trees, but we do." *Babalekoko*, *Kicheche* and *Ngedere* hugged each other and said together loudly **"Give me five!**

"Twende zetu tukatengeneze Upinde na Mishale", *Ngedere* alimshahuri *Babalekoko* na wakaondoka kwenda vichakani kutafuta vitendea kazi hivyo vya kutengeneza Upinde mbili na mishale mingi mingi

"Let us go and make Spring Bows and Arrows," *Ngedere* suggested to *Babalekoko* and they left to the bush to pick and collect the materials to make two *Spring Bows* and many *Arrows*.

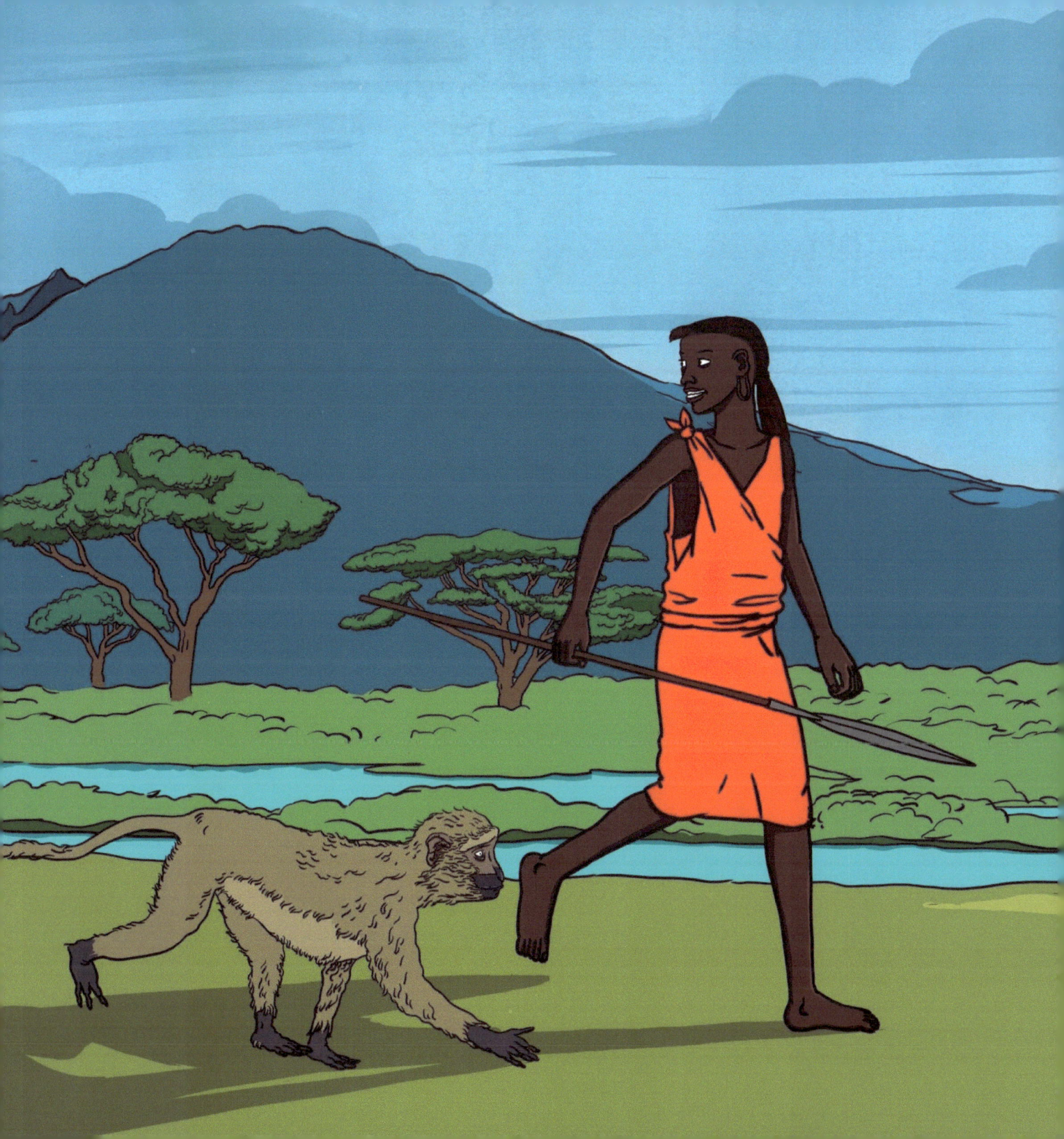

Usiku mmoja mwezi ulikuwa umeandama na nyota angani zinang'aa. *Babalekoko, Ngedere* na *Kicheche* walikuwa wapo nje wanacheza na kurukaruka juu ya miti mikubwa karibia na kaya. punde si punde tafrani (Ni shidaaah)

RRRROARRR *Wooo!* **RRRROARRR** *Wooo!* **RRRROARRR** *Wooo!*

Simba aliunguruma ili kuwatia uoga tena wanakijiji, safari hii *Simba* alikuwa yupo tayari karibu na kijiji, alikuwa ananjaa kali mno na anataka kuiba *Ng'ombe*.

Macho ya mfalme *Simba* yalikuwa yanang'aa kama Tochi mbili zimulikazo kwa mbali. *Ngedere* akamwambia *Babalekoko*,……………………………………….

One bright night, the moon and the stars were shining high in the sky. *Babalekoko*, *Kicheche* and *Ngedere* were playing outside, climbing and jumping on big trees near the compound. All of a sudden, they heard a loud and horrifying roar:

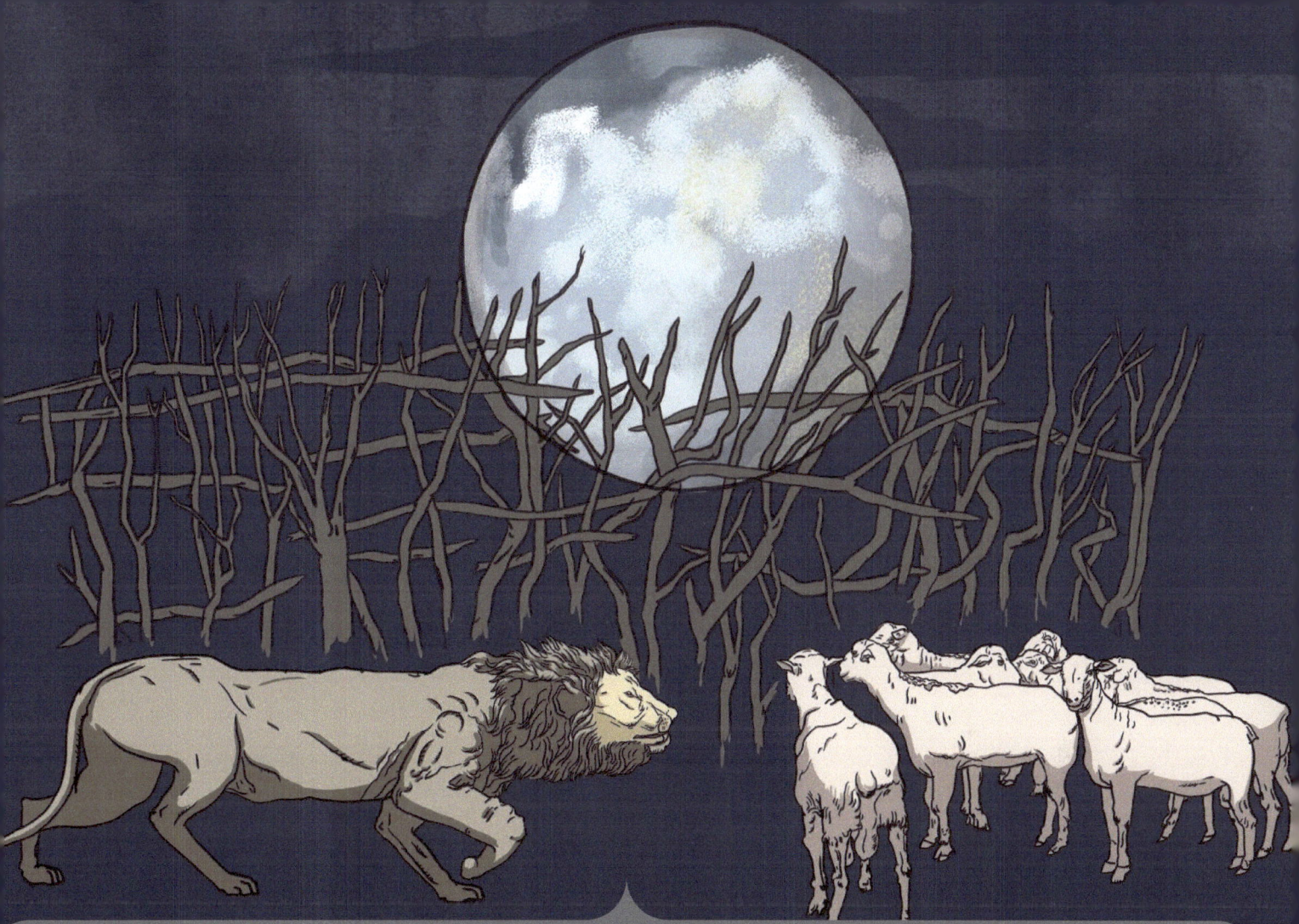

RRRROARRR *Wooo!* **RRRROARRR** *Wooo!* **RRRROARRR** *Wooo!*

Simba roared loudly and deeply in order to bring the fear back in the village. This time Simba was closer to the village, super hungry and wanted to steal cows to fill his tummy.

King Sambas' eyes were bright like two big torches shining from a distance

"Wacha tusubiri kwanza Simba asogee karibu kabisa na Kaya kisha tutamrushia mishale ya moto". Na walikuwa tayari kwa vitendo.

Simba akanyatana akasogea karibu ya mti lakini hakuweza kuwaona.

"*Let's wait until Simba gets closer to the Compound, then we will shoot fire arrows straight on him*".
They were ready for action.
Simba came closer to the tree but didn't see them.

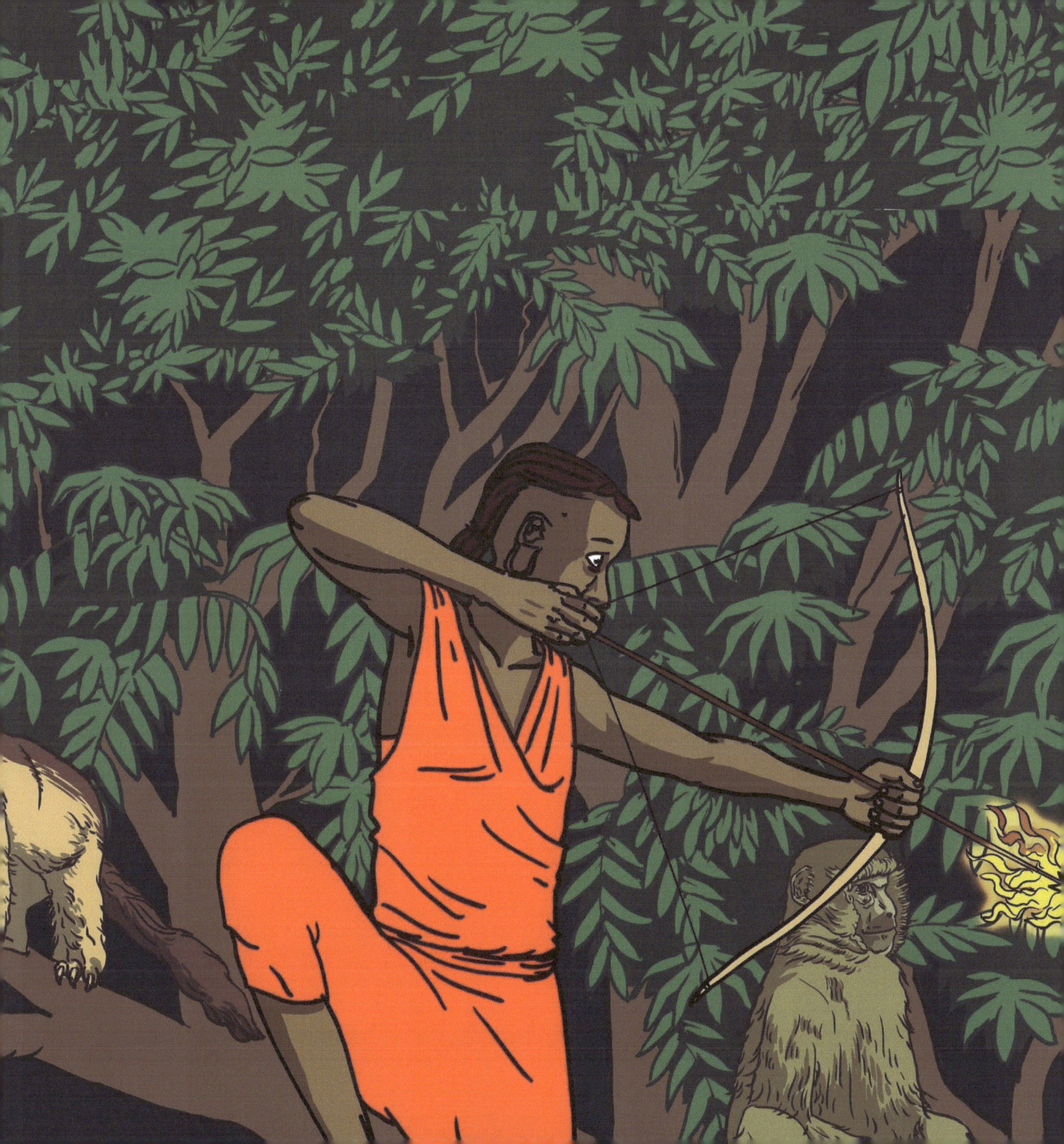

Ndipo hapo *Babalekoko* na *Ngedere* wakanywatua mishale ya moto na kuipiga Shingo kubwa ya *Simba*. *Simba* akaanza kuunguwa moto, ilibidi akimbilie mtoni ili kunusuru maisha yake na kuzuia moto kuendelea kumuunguza

Then *Babalekoko* and *Ngedere* shot their arrows and hit *Simba's* huge neck

Simba was on fire, he had to escape fast to save his life, so he ran and jumped into the river to stop the fire from burning him.

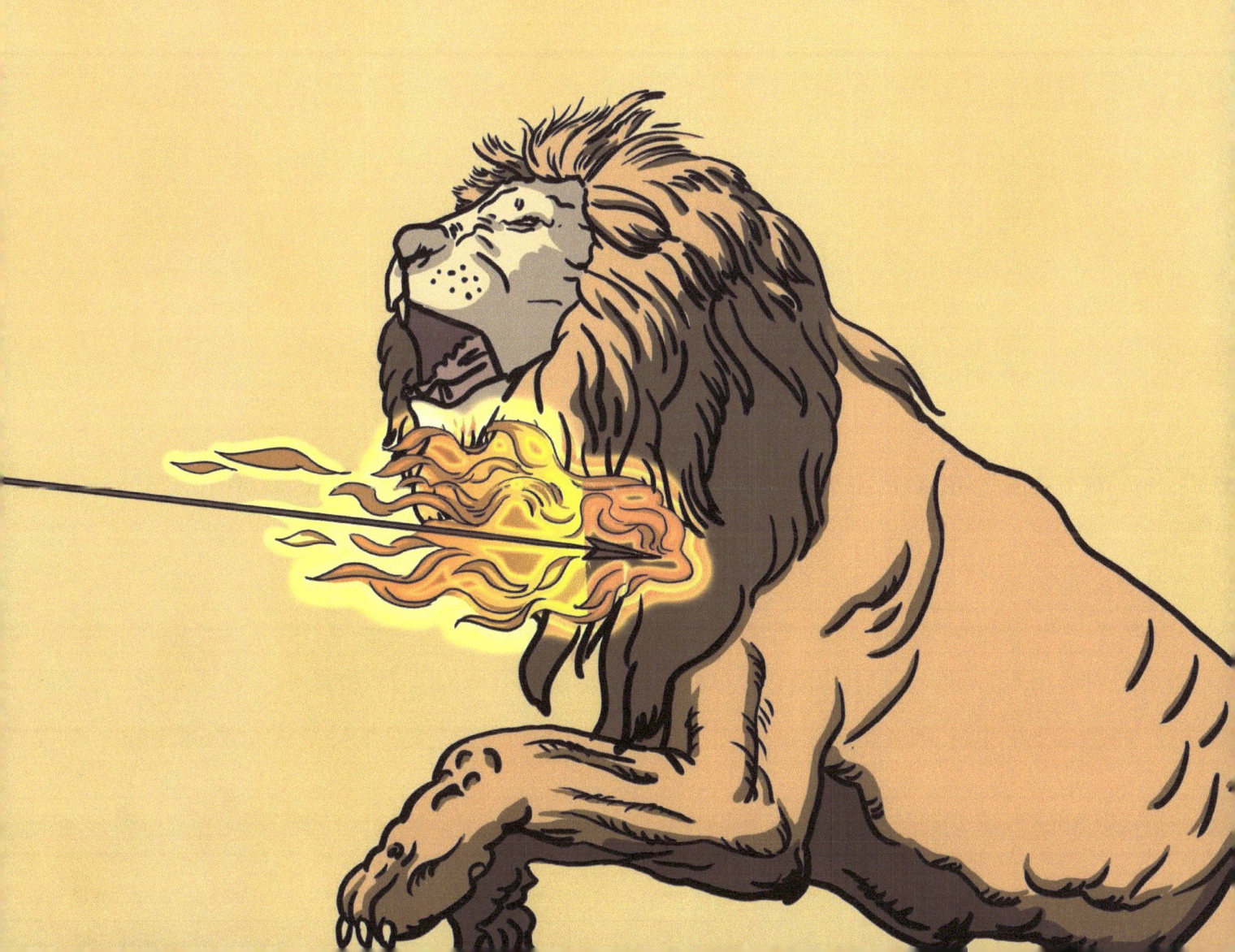

Baada ya hapo *Simba* akaingiwa na hofu/uoga wa kurudi tena kijijini na huu ndo ukawa mwisho wa mfalme *Simba* kutembelea tena kijijini na ndiyo maana amebakia huko ndani ndani kabisa ya msitu/mbuga.

....

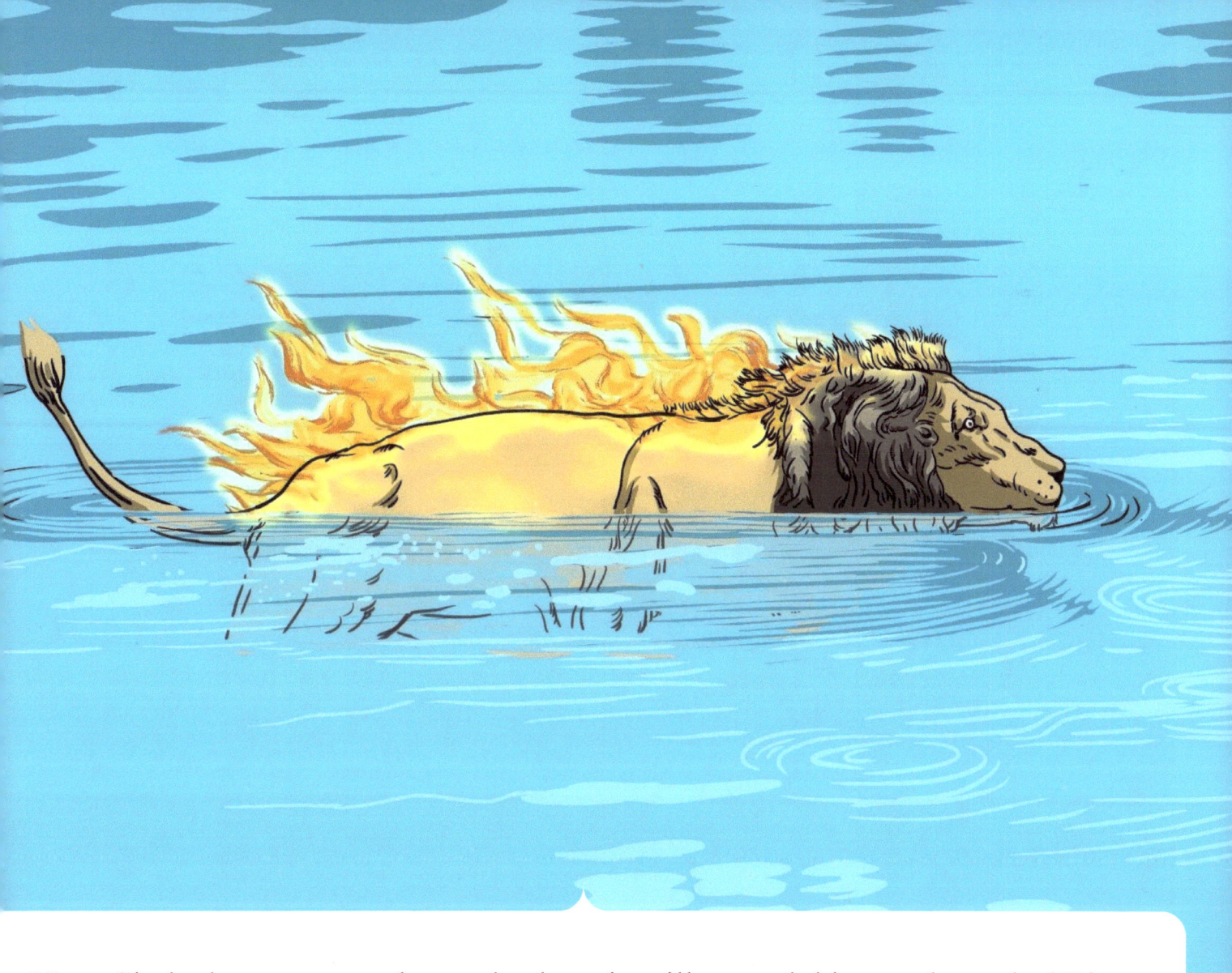

Now, Simba became scared to go back to the village and this was the end of King Simba's visits to the Village; the reason why he always lives deep in the jungle today.

Kulipo kucha asubuhi, *Mzee Lomayani* alionekana mwenye furaha sana kusikia kwamba *Babalekoko* na *Ngedere* wamemuadabisha *Simba*. Kisha *Mzee Lomayani* akawaita wanakijiji wote na kisha akasema *"Kuanzia leo Babalekoko Ndiye jasiri (shupavu) wa huu msitu na ndiye shujaa mdogo kabisa wa Kimasai kwenye hichi kijiji chetu kutokea"*. Wanakijiji wote walijawa na raha (shangwe) kubwa siku hiyo na kusheherekea kwa pamoja.

....

The following morning, *Mzee Lomayani* was very happy to hear that *Babalekoko* had punished Simba.

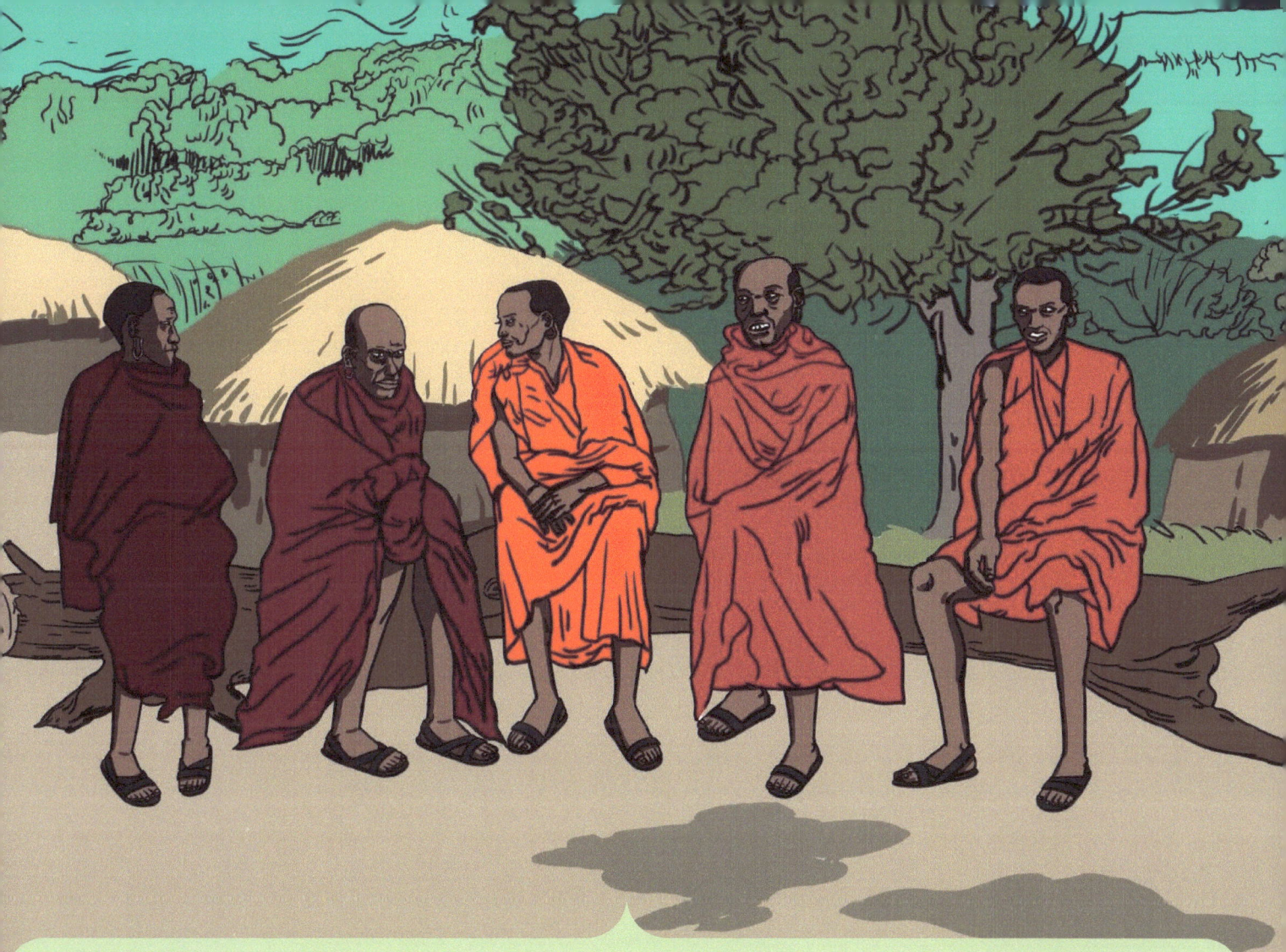

Mzee Lomayani called everybody in the Village together and then announced, *"From today, "Babalekoko is the hero of the jungle and also, the little MAASAI WARRIOR of our village!"*

Everybody in the village was happy and celebrated when they heard that.

This is the end of the story of a Little Maasai Warrior

*" **Babalekoko**".*

Maadhi ya hadithi hii ya Kiafrika:

- ❖ Pale familia ,marafiki na jamii nzima wanapokuwa na vifungu vikali/mahusiano makali wanaweza kushinda chochote kila kinacho wakabili
- ❖ Watoto wanapaswa kuhimizwa daima kukabiliana na hofu yao kwa kuwa hofu haipo na haijawai kuwepo
- ❖ Mawazo katika watoto yanapaswa kuwa ya uhalisia/asili.
- ❖ Ukiwasikiliza wazee/wakubwa na wewe pia utaweza kuwa shujaa siku moja.

The moral of this African folk tale:
- ❖ When family, friends and society have strong bonds and stay together, they can overcome anything
- ❖ Children should always be encouraged to face their fears, since fear does not exist.
- ❖ Imagination in kids should be natured.
- ❖ Listen to the elders and you will also become a warrior.